கல்வி கற்க போனேன்
காதல் கற்று வந்தேன்

இராகுல் கலையரசன்

புக் பெஞ்சர்ஸ்

கல்வி கற்க போனேன்
காதல் கற்று வந்தேன்
ஆசிரியர் © இராகுல் கலையரசன்
முதற்பதிப்பு 2021
பக்கங்கள் 110

Published by Book Benchers 2021
Copyright ©Raghul Kalaiyarasan 2021

ISBN 978-93-5533-000-0

ThebookBenchers@gmail.com

Contact 9944992571

Affliated By
Aelay Publish
www.aelaypublish.com

முன்னுரை

இந்தப் புத்தகத்தின் மையக்கரு பள்ளி மற்றும் கல்லூரி காதல்கள். படிக்க சென்று காதலித்த அனுபவத்தை கற்பனையை புதுக்கவிஞர்கள் இங்கே கவிதையாக தந்துள்ளனர். படிக்கின்ற காலத்தில் கண்டிப்பாக அனைவரும் பள்ளி அல்லது கல்லூரியில் ஒரு பெண்ணையோ அல்லது ஆணையோ பார்த்து காதல் வயப்பட்டு இருப்பார்கள். அவ்வாறு காதல் வயப்பட்ட அனைவரும் இந்த கவிதை புத்தகத்தை படிக்கும்போது இந்த புத்தகத்தில் இடம் பெற்றுள்ள கவிதைகள் கண்டிப்பாக அவர்களை பரவசப்படுத்தும். கல்வி கற்க சென்று காதலை கற்று வந்ததே இந்த புத்தகத்தில் கவிதைகளாக இடம்பெற்றுள்ளன. இந்தப் புத்தகத்தில் பல புதுக்கவிஞர்கள் தங்களது படைப்புகளை தந்துள்ளனர். ஒவ்வொரு படைப்பும் ஒவ்வொரு கவிஞனின் கலை. சிலர் அனுபவத்தை கவிதையாக்கி தந்துள்ளனர். சிலர் கற்பனையை கவிதையாக்கி தந்துள்ளனர். இந்தப் புத்தகத்தில் புதுக்கவிஞர்கள் தங்களது திறமைகளை நன்றாகவே வெளிப்படுத்தியுள்ளனர். படிக்கும்போதே பரவசமூட்டும் வார்த்தைகள். காதல் என்ற வார்த்தை ஒன்று தான் ஆனால் உணர்வுகள் வேறு வேறு. இந்தப் புத்தகத்தில் பல கவிஞர்களின் உணர்வுகளை கவிதையாக நாம் வாசிக்கலாம் வாருங்கள் வாசகர்களே!

வணக்கம்,

என் பெயர் இராகுல் கலையரசன். அப்பா பெயர் கலையரசன். அம்மா பெயர் சுப்புலெட்சுமி. விவசாய குடும்பத்தை சேர்ந்தவன். கல்வி கற்க போனேன் காதல் கற்று வந்தேன் புத்தகத்தின் தொகுப்பாளர். நான் தஞ்சாவூரில் உள்ள பட்டுக்கோட்டையை சேர்ந்தவன். கட்டிடப் பொறியியல் கலை பயின்றுள்ளேன். எனக்கு இப்பொழுது 24 வயது ஆகிறது. தமிழின் மீது உள்ள அதிகமான ஆர்வத்தால் கவிதைப் புத்தகம் வெளியிட வேண்டும் என்ற ஆசை வேரூன்றி இருந்தது என்னுள். சிறு வயதில் இருந்தே நான் கவிதை எழுதிக் கொண்டிருக்கிறேன். இந்தப் புத்தகம் என்னுடைய கவிதை புத்தகம் அல்ல நான் தொகுத்து வழங்கும் புத்தகமே. இதில் என்னை சேர்க்காமல் 47 கவிஞர்களின் 48 கவிதைகள் இடம்பெற்றுள்ளன. பல புதுக்கவிஞர்களின் புதுக்கவிதைகளை தொகுத்து வழங்குவதில் எனக்கு அதிக மகிழ்ச்சியே. தமிழை மிக மிக அதிகமாக நேசிப்பவர்களில் நானும் ஒருவன். இந்த உலகில் என் உயிர் வாழும் வரை என் உடலில் என் தமிழ் வாழ வேண்டும்.

பள்ளிப் பாவை

பள்ளி படிக்கும் கள்ளி
பாவை முகம் பார்த்தாலே
பாடங்கள் மறந்து போகும்
கவிதைகள் நினைவுக்கு வரும்

எல்லா புத்தகங்களிலும்
எதாவது பக்கத்தில்
அவள் பெயரை
யாரும் அறியா வண்ணம்
எழுதி வைத்திருப்பேன்

அவளின் அழகை
பார்க்கும் போதெல்லாம்
எல்லாம் மறந்து போனேன்
காதலை சொல்லவும்!

-இராகுல் கலையரசன்

மனம் கொண்ட முதல் காதல்

முதல் பார்வையில் அவளை
என்னவள் என்றது
தான் கொண்ட காதலை
சொல்ல தயங்குது
கண்மூடி கேட்கும் காதல்பாட்டில்
அவள் முகம் காட்டுது
அல்லும் பகலும் அவள் நினைவில்
என்னை போட்டு வாட்டுது
பள்ளி முடிந்து அவளை காண
என் கால்களை காக்க வைக்குது
நண்பன் புத்தி பேச சொன்னால்
தயங்கி ஒதுங்கி நிற்குது
மனம் சொல்ல மறந்த காதலுக்கு
என்னை கவிஞன் ஆக்குது

-ந.விஷ்ணு

முதல் உணர்வு

புத்தாடை அணிந்து
புது மணத் தம்பதியர் போல்
சடங்குகளை செய்து
நெற்றியில் திலகமிட்டு
கல்வியை வென்று வா என்று
அனுப்பினால் என் தாய்
கனவுகளை கற்பனையில் கொண்டு
களம் இறங்கினேன்
வாழ்க்கை என்ற பயணத்தில்
சந்தேகங்களை தீர்க்கவும்
கருத்துகளை பரிமாற்றவும்
தோழியாக அறிமுகமான பெண்
காலப்போக்கில் ஒரு புதிய உறவாக தோன்றினாள்
உன் அன்பிற்காக ஏங்கினேன்
என் விழி முன் நீ என்றும் இருக்க ஏங்கினேன்
இறுதியாக புரிந்தது நான் உன்னை
காதல் செய்கிறேன் என்று!

-DG சிவன்

காதல் புத்தகம்

பள்ளிப் பருவத்திலே பார்த்தேன்
பால்வண்ணப் பருவ நிலாவை
அவள் மொழியதனை
மனப்பாடம் செய்தேன் அனுதினமும்
பள்ளியில் வேலை
அவளைப் பார்ப்பது
வீட்டுப்பாடமோ
அவளை நினைப்பது
ஆசிரியரை கவனிக்கவில்லை
அவள் அசைவுகளை
கவனிக்க தவறியதில்லை
அனைவரும் ஒன்றாக
இருப்பர் உடையில்
நாமிருவரும் ஒன்றாவோம்
உயிரினில்....

- ம.ராகவைத்தமாநிதி

பேருந்து காதல்

படிக்க வந்த கல்லூரியில்,
என் உள்ளத்தை கடத்தி சென்ற பெண்ணே,
உணர்வாக என்னை நேசித்தாய்,
பேருந்திலே என்னை கவனித்தாய்,
எனக்கு தெரியாமலே என்னை காதலித்தாய்,
என் உள்ளத்தை காதலிக்க
தூண்டியது உன் பேச்சு,
வார்த்தைகளை பரிமாறி கொண்டோம்,
நட்பாக உறவாடி
மகிழ்ந்தோம்,
செம்பருத்தி பூ கொடுத்து என்னை மகிழவைத்தாய்,
உயிராக பழகிய நம் உறவு,
உள்ளக் காதலை உதட்டில் சொல்ல மறந்ததால்,
நினைவோடு வாழ்கிறோம்,
நிஜத்தில் தனிமையாக
என் பயணக்
காதலே!

-நாமக்கல் செந்தில்

நூலகமாய் என் காதல்

படித்து பல பட்டம் வாங்கவே குறிக்கோள்-படிப்பது
புத்தகத்தையா? உன்னையா? என்பதே சந்தேகம்!
கோடிக்கணக்கான பெண்கள் சூழ்ந்த கல்லூரி -இருப்பினும்
கண்கள் ஒரு நிலவை மட்டும் பார்க்கிறது!
ஆம்! கண்டேன் அவளை
புத்தகக் குவியலுக்கு இடையிலொரு தேவதையாய்
என்ன சொல்லி வர்ணிப்பது-அவளின் இமைத்தேடலை
நூலக அலமாரிக்கு இடையில் தொலைந்த நான்!
தொலைந்தது தொலைந்தாயிற்று -மேற்படி
தேடிக் கொடுப்பது அவளின் பொறுப்பு!
ஜன்னலோர தென்றலில் நின்றபடி அவள் புத்தகத்தை
திறக்க
அதோடு என் இதயத்தையும் திறந்தாள்!
ஒவ்வொரு பக்கமாய் அவள் வாசிக்க
இதயத்துடிப்பு இன்னும் அதிகமாய் எனக்கு!
அந்த கதையை அவள் முடிக்கும் போது
காதல் பயணம் தொடரும்,கல்லூரி நாட்களை இரசித்தபடி!
நூலகமே அமைதி காக்க -அவள் முணுமுணுப்பு
ஏதோ செய்ய, படபடவென திருப்பினேன் பக்கங்களை!
காத்திருப்பு போதுமென்று -சட்டென நின்றேன்
அவள் நின்ற ஜன்னலின் மறுபுறம்!

அவள் பார்க்காத நேரம் அவளைப் பார்க்க
அவள் என்னைப் பார்க்க..
நான் ஜன்னலைப் பார்க்க
பார்வை பேசியது மூவருக்கு இடையில்!
இதை அனைத்தையும் பேராசிரியர் பார்த்தது தான்
சுவாரஸ்யத்தின் உச்சம்!

கவிஞனாய் கோபம் எனக்கு -அவள் காதோரம்
உரசி கவி பாடும் கம்மலின் மேல்!
கஞ்சனோ! அந்த கடவுள் -இரு புருவத்தின் இடையில்
நிலவை வைத்திருக்கிறான்!
அவள் முக அழகை விட- மனதின் அழகே
என்னை வெகுவாய் கவர்ந்த ஒன்று!
உலகமே அவளுக்கு எதிர் என்றாலும் -என்னை
தாண்டி தான் காற்று கூட உரச முடியும்!
அடடா போதும் இதற்கு மேல் வர்ணிப்பு
இரகசியமாய் அவள் காதோரம் சொல்லப் போகிறேன்!
முறைப்பதிலும் காதல் காண்கிறேன்
என் கள்ளியின் பார்வை முன்.!!

-நர்மதா.சு (கள்ளியின் கிறுக்கல்)

பள்ளி பருவ காதல்

அழுகை, சிணுங்கல், அறியா கோபம்,
நல்லது,கெட்டது என்று அறியா உலகம்
இவைகளை கடந்து அந்த பள்ளி பருவத்தில் நுழைந்தேன்.

தாய், தந்தை இருவரின் முகத்தைப்
பார்த்து வளர்ந்த
நானோ!
இங்கு பல்வேறு முகத்தினை
பார்த்து வியந்தேன்.

அந்த பல்வேறு முகத்தில்
தனி ஒரு முகம்
அவள் என்று உணர்ந்தேன்.

நான் முதலில்
அழுகை என்றதை சிரிப்பாக்கி,
சிணுங்கல் என்றதை வெட்கமாக்கி,
அறியா கோபத்தை சாந்தமாக்கி
இறுதியாக நல்லது, கெட்டது
தெரியா உலகம்
எனக்கு அன்றோ

அவள் என்னிடம்
இது நல்லது, கெட்டது
என்று உணர்த்திய
அந்த தருணம் தான்
பள்ளி காதல் என்று
உணர்ந்த தருணம்..

-சந்தீப் கணேசன்

மனதில் நின்றவை

ஒருதலைக் காதல் பேசும் மொழிகள் இப்படிதான்
இருக்குமோ!

வாகைப் பூவாய் வாசம் வீசினால்
வான்மழை குளிர்ந்திட இதம் பேசினால்!

மெல்ல நடையை இதயத்தில் தைத்தாய்
மெழுகு போல் உருக செய்தாய்!

படிக்க மனம் தயங்குவதற்கு காரணம் காதல் தானோ.!

உன்னைப் பார்க்க மறப்பதில்லை
உலகின் அழகு நீதானோ!

உதட்டில் பிரியாத இனிப்பு மிட்டாய்
உயிருக்குள் கலந்துவிட்டாய்!

அனுதினம் அசைத்திடுவேன் பெயரை
அன்பில் இசைத்திடும் நினைவில்!

வகுப்பறையில் விழி இரண்டும் ரசித்துப் பார்ப்பது
வழக்கமாய் போனது ரதியே.!

பள்ளிக்கு முதல் ஆளாய் வந்து
உன் வருகையை எதிர்நோக்கி காத்திருப்பேன்
வழிமேல் விழி வைத்து..!

பூட்டி வைத்த மௌனத்தை மெல்ல களைந்தேன் பூரிப்பாய்
உன்னிடத்தில்
பளிர் என்று அறைக் கன்னத்தில்!

எதிர் பார்க்காத என் மனம் விம்பி விம்பி அழுதது
குழந்தைபோல!
மனம் மட்டுமா!

கனம் தாங்கிய இதயம் வலியாய் வலித்தது
கணம் பொழுதும் தவியாய் தவித்தது!
மறதியாய் சில நாட்கள் கழிந்தன!

சிரிப்பொன்று பூத்தது செந்நிறமாய் எனைப் பார்த்து
அதுவா இதுவா என்று புரியாமல் புலம்பினேன்!

கண்மோதும் வேளையில் காதலென தெரிந்ததே!

நொடிப் பொழுதும் உனை இரசித்தேன்
கனவுகளுக்கும் விடுமுறை மறுத்தேன்!

இடைவேளை மணி ஒலித்தால் உடலில் ஆற்றல் ஏற்றம்!
மகிழ்ந்த மனம் துள்ளி ஓட்டம்!

உயிர் மொழிகள் பகிர்ந்திடும் பார்வையில்
உன்னத அந்த பதினைந்து நிமிடங்கள்!

இளந்தென்றல் வீசிட மகிழ்ந்தேன்
இருதலைக் காதலும் புரிந்தேன்!

காதல் வசனங்கள் எல்லைகள் கடக்கும்
அழகிய காட்சிகள் கண்களில் நடக்கும்!

சங்கடமும் எட்டிப்பார்க்கும் சமயங்களில்
சண்டைகளும் முட்டி தீர்க்கும் காதல் பயணங்களில்!

கொஞ்சி கொஞ்சி பேசி குழந்தையை சிரிக்க வைப்பேன்!

பொருந்தாத பொய்கள் சில
செறிஷூட்டப் பயன்படும்!.காதல் செழிக்க!

தொலைப்பேசியிலும் தொலையாத காதல்!

வார்த்தைகள் ஏதும் தெரியவில்லை
ஆனாலும் பேசியது போதவில்லை!
தொடர்ந்தேன் ஹ்ம்ம் ஹ்ம்ம் என!

கார்முகில் மைத் தீட்டிய விழிகள் காலமும் காட்சியளிக்கும்
கனவில்!

மெய் சிலிர்த்திடும் பள்ளி வாழ்க்கை
வாடாத பூவின் வாசமாய்!.

மறக்கமுடியாத காலங்கள்
மனதில் நின்றவை இவைதானே!

-ராஜசேகர். ஏ

என் அன்பே

அனைத்தையும் அறிந்தவன் ஒருவன்,
அவனே இறைவன்,
உன்னை காண செய்தவன் கூட அவன்தானோ?
கல்லூரியில் கால் எடுத்து
வைக்கும் பொழுதே,
எத்தனை கனவுகள் என்னுள்,
ஆனால் உன்னை கண்ட பின்,
நீயே என் வாழ்க்கை என மாறிவிட்டாய்.
தினமும், தவறாமல்,
கல்லூரிக்கு வருவதெல்லாம்,
உன்னை பார்க்க தான்.
உறக்கத்தில் உரைப்பது எல்லாம்,
உன் பெயரை மட்டும் தான்.
என் வாழ்க்கை முழுவதும்,
உன்னுடன் மட்டும் தான்,
என் காதல் உயிர் வாழுமே.
கல்லூரியில் தொடங்கி,
உன்னில் முடிவடையும்,
நம் அன்பு,
உலகம் உள்ள வரை,
என் நினைவில் நிலைத்திருக்குமே.

-லோ.சந்தியா

காதல் அரும்பிய கதை

புத்தகம் சுமந்து - கல்லூரி பூஞ்சோலைக்குள் புதுவித
அறிவைத் தேடிப் போனேன்
புதுமுகங்களின் நட்புக்கு அறிமுகமானேன்
நட்பின் இலக்கணமாக மாறிவிட
நாடிப் போனேன்
மனங்களில் இடம் மாறிவிட
காதல் மனம் திறந்துவிட
புத்துணர்ச்சி மலரின் வாசம் என்னை சூழ்ந்துவிட
வானில் கண்கவரும் பட்டாம்பூச்சியாய் சிறகை விரித்தேன்
காதல் தேனை சுவைத்தேன்
களிப்புக் கடலில் மூழ்கி திளைத்தேன்
அழியா கல்வி கற்க போனேன்
காதல் ஆட்டிப் படைத்துவிட
அகத்திற்குள் ஆசை அரும்பிவிட
கடைசியில் காதல் கற்று வந்தேன் இன்றுவரை கற்பனைக்
கடலில் மிதந்து
கவி படைத்திடும் கவிஞனானேன் !

-கவிஞர் சை. சபிதா பானு

கல்லூரியில் காதல் பட்டம்

பட்டம் பெற கல்லூரிக்கு சென்றேன்!
படித்து பட்டம் பெறும்முன் என்னைப் பார்த்த மங்கையோ
பட்டம் கொடுத்துவிட்டால்..,
நீதான் என் காதலனென்று!
அவள் மனமோ, எனக்கு அவளின் காதலன் என்ற பட்டம்
கொடுக்க!
என் மனமோ முழுக்க முழுக்க பதற்றம் என்ற படப்படப்பை
தான் கொடுத்தது!
பருவ வயதின் பக்குவ விளையாட்டு தான் என்று., என்மனம்
காதலில் நுழைய!
நாங்கள் இருவரும் வகுப்பிற்குள் நுழைந்தோம்!
அவளின் விழிகளைக் காண என் விழிகளுக்கு
தெகட்டவில்லை!
ஆசிரியரோ எனக்கு நேரில் இருக்க!
காதலியோ எதிரில் இருக்க!
ஆசிரியர் பாடம் நடத்த!
நானோ அவளை ரசிக்க!
கரங்களோடு கரங்கள் கோர்க்க!
காதல் கடிதங்களோ பல எழுத!
கல்லூரி மரத்தடியில் அமர்ந்திருக்க!
மனம் விட்டு மனம் பேச!
மனம் விரும்பிய பெயரில் அவளை அழைக்க!
காதல் கலைகள் கற்றிருக்க!
நித்தமும் கல்லூரி வகுப்பறையோ..,
காதல் வகுப்பறையானது!

-நெல்லை சதிஸ்

நண்பர் என்றொரு முகமூடி

எதுவரை போகுமென
இதுவரை தெரியா
நம் உறவு
அழகிய காதல் கரு ,.

என்னவனே!

ஒரே வகுப்பில் படித்தும்
ஒரு விரல்கூட கோர்க்கவில்லை
இணைந்து இருவரும் நடக்கவில்லை
அருகருகே அமர்ந்ததில்லை
விழி நிமிர்ந்து பார்க்கவில்லை
இமைக்கோர்த்து உறங்கவில்லை
இதழ் இணைக்க தோன்றவில்லை
காத்திருந்து களைத்ததில்லை
காதோரம் கடித்ததில்லை
கவிதை கிறுக்கியதில்லை
கதைகள் உரைத்ததில்லை
இதயம் உடைத்ததில்லை
இம்சை புரிந்ததில்லை

எதுவும் இல்லாமல் காதலா?
ஆம் இங்கே நான்
அங்கே அவன்
"ஒருதலைக் காதல்"

(காதல்)
சொல்லிக் கொள்ளாமல்
சொல்லிக்கொண்டோம்
நண்பர்களென!

                              -ஞாழல்

அலைபாயும் மனம்

கல்லூரிக்கு தாமதமாய் வருவதே எனது வாடிக்கை
உன்னை காண முந்தியடித்து கொண்டு முதலில் வருகிறேன்
பாடத்தில் இல்லை கவனம்
எங்கெங்கோ செல்கிறது மனம்
பக்கங்களை விரல்கள் திருப்பினாலும்
என் பார்வை உன் பக்கமே
பாடத்தை எழுதச்சொன்னால்
உன்னை பெயரை தவிர வேறு எதையும் எழுத மறுக்கும்
பேனா
நண்பர்களுடன் உல்லாசமாக கல்லூரியைச் சுற்றிவந்த
நான்
உன் நிழலை தொடர்கின்றேன் இரகசியமாக
தனியாக சிரிக்கின்றேன்
இடைவெளி நேரத்தை கூட மறக்கிறேன்
நீ பார்க்காத நேரம் உன்னை இரசிக்கிறேன்
உன்னிடம் பேச உதடுகள் துடிக்கும்
உன் கண்களை கண்டதும் வார்த்தையின்றி தவிக்கும்
நீ விடுப்பு எடுக்கும் ஒரு நாள்
எனக்கு ஒரு யுகமாய் கழிகிறது
மறுநாள் உனை காண
மனம் ஏனோ அலைகிறது

– சு. கோகிலா

இதயத்தில் ஊறிய எச்சில்

மணிக் கணக்கில் வருகின்ற
நகரப் பேருந்தின்
இளவரசர்கள் நாங்கள்!
எப்பொழுதும் போல்
பெருமிதமாய் பயணிக்க
ஆயத்தமானோம்!
பத்தாம் வகுப்பு விடுமுறை முடிந்து பதினொன்றாம்
வகுப்பின் முதல் நாளுக்காய்!

படிக்கட்டு வெளவால்களாய்
தொங்கிக் கொண்டு வருவதே எங்கள் வழக்கம்!

எங்கள் ஊரைக் கடந்து அடுத்த ஊரின் நிறுத்தத்தில்
பேருந்து நின்ற பொழுது!
இறங்கி ஏற வேண்டும்
நாங்கள்!
இறங்கும் போது கவனிக்கவில்லை
ஏறித் தொத்திக் கொண்டேன்!

ஒற்றைக் கால் மட்டும்
இறுதிப் படிக்கட்டில் நிலைத்திருக்க
மற்றொன்றை தொங்க விட்டுக் கொண்டு!
ஒற்றைக் கையால் சாளரத்தின் இரும்புக் கம்பியைப் பற்றிக்
கொண்டு!
காற்றில் பறப்பது போன்ற
மிதப்பில் தொங்கிக் கொண்டு
பயணிக்கையில் தான்
திடீரென்று உணர்கிறேன்!

காற்றில் பரவும்
ஒரு மகரந்த நெடியை!

எனக்கு எதிரிலேயே
இதுவரை கண்டிராத
அந்தக் கண்களை!

எப்படி விமர்சிக்க
இயலவில்லை என்னால்!

அது கண்களா
இல்லை! இல்லை!
புத்தனின் புன்னகையா?

இல்லை! இல்லை!
போதி மர போதையா?

இல்லை! இல்லை!
இயேசுவின் சிலுவையா?

இல்லை! இல்லை!
கண்ணனின் திருட்டு வெண்ணையா?

இல்லை! இல்லை!
கிறங்கடிக்கும் கஞ்சா புகையா?

இல்லை! இல்லை!
படபடக்கும் பட்டாம் பூச்சியா?

இல்லை! இல்லை!
தேமதுரம் அருந்தும் மகரந்த வண்டா?

இல்லை! இல்லை!
நியூட்டனின் ஈர்ப்பு விதியா?

இல்லை! இல்லை!
மருண்ட மான் விழியா?

இல்லை! இல்லை!

பொற்பாற்குடத்தில் துள்ளும் கயல் மீனா?

என்னவென்று கூற
நான்!
வாயடைத்துப் போனேன்
வார்த்தைப் பஞ்சம் வந்து!

பிடியிலிருந்த ஒற்றைக் கையும் நழுவியது!
ஒற்றைக் காலும் வழுகியது!

இதயத்தில் முதன் முதலாய்
எச்சில் ஊறியது!

உயிரில் முதன் முதலாய்
காதல் வாசனை கலந்தது!

அருகில் இருந்த உற்ற தோழன்
இறுக்கி அணைக்க!

அவளுக்காய் போக இருந்த
உயிர் தடுத்து நிறுத்தப்பட்டது!

நடத்துனரில் இருந்து
சக பயணிகள் பலரும்
வசை பாட
எனது எண்ணமும் நோக்கமும்
அவள் விழியில் மட்டுமே
இருந்தது!

ஒற்றை நிமிடம் அவ்விழியில் கலவரம்!
ஏதோ ஒரு சலசலப்பு என்று
அவள் விழியும் பதறியது
எனக்காய்!

எட்டி அவள் பார்க்கையில்

விழிகளோடு சேர்த்து
பிறை நெற்றியும் கண்டேன்
பித்தனாகிப் போனேன்!

முழுமதி அவள் முகத்தைக் கண்டால்
என்னவாகப் போகிறேனோ?

கூட்டப் பரபரப்பில்
அங்குமிங்கும் அசைந்தவள்
சற்று தரிசனம் தந்தாள்
காதுமடலை காண்பித்து!

அப்பப்பா!
எங்கள் ஊரின் குளத்தில்
போட்டிப் போட்டுக் குளிக்கையில்
முந்திக் கொண்டு
முதல் ஆளாய் பறித்துக் கொண்டு
வருவேனே!
அதே! அதே!
தாமரை மலரின் இதழைத்தான்
பிரம்மன் பிய்த்து வைத்திருக்கிறான்!
இவள்
கன்ன ஓரத்தில்
காது மடலாய்!

அந்த காதுமடலில்
எந்தன் இதழ் உரசி
தேக்கி வைத்த
என் காதலைக் கொட்டித் தீர்ப்பது
எப்போது?

பெருமூச்சு விட்டு
பேருந்தை விட்டு இறங்குகிறேன்
பள்ளிக்கூடம் வந்ததால்!

கருவிலிருந்த குழந்தை

உருவாய் பிறந்த போது
அழுகுரல் கேட்டு!
ஆனந்தமடைந்து!
அதன் முகத்தைப் பார்க்கத் துடிக்கும்
தாயின் ஆவல் போல!
நானும் காத்திருந்தேன் ஆவலோடு!
காந்த விழிகளின் சொந்தக்காரியைக்
காண்பதற்கு!

இறங்கினாள் அவள்
ஒன்றுமே புரியவில்லை எனக்கு!
பூமியில் பாதம் பதியாமலும் நடக்க இயலுமா என்ன?

என்னைக் கடந்து
நகர்ந்து சென்றாள்!

கனவா இல்லை நினைவா?
பாதத்தைப் பதம் பார்த்துக் கொண்டிருந்த நான்!
மதி முகத்தை மறந்து போனேன்!

கையில் புத்தகப் பையுடன்
சீருடைத் தவிர்த்து!
வண்ண ஆடையில் வந்த வானவில்!
எங்கள் பள்ளிக்குள் அடியெடுத்து வைத்து!
என்னை ஆச்சரியத்தில்
மூழ்கடித்து விட்டாள்!

சட்டென்று கூட்டம் குமிய
கலைந்து போய்விட்டாள்
ஏதோ ஒரு வகுப்பறைக்குள்!

காது மடலையும்!
கண் கருவிழியையும் வைத்து
முகமறியா முகவரியில்லா
முழுமதியைத் தேடி
மூர்ச்சையாகிப் போனேன்

நான்!

பாடவேளைக்கான மணி ஒலித்தது!
மனமின்றி!
என் வகுப்பறை நோக்கி நடந்தேன்!
உள்ளே சென்று
உயிர்ப்பிழந்து உட்கார முனைந்தேன்!

முதல் வரிசையில்
வண்ண வானவில்!
அதே காதுமடல்!
எழுந்து நிற்கிறாள்!

புதிதாய் சேர்ந்த பள்ளியில்
தன்னை அறிமுகம் செய்ய!
முன்னே வந்து நிற்கிறாள்!
அவ்வளவுதான்
என் உயிர் ஸ்தம்பித்துப் போனது!

வேறு வேலையே இல்லை போலும்
பிரம்மனுக்கு!
பார்த்து பார்த்து செதுக்கி வைத்திருக்கிறான்!
உயிர் செல்கள் ஒவ்வொன்றும் பரவசமடையும்படி!
உளி கொண்டு அல்ல!
உயிர் கொண்டு!

கொஞ்சிடும் கிளியும்!
கூவிடும் குயிலும்!
கண்டம் தாண்டி இடம் பெயரும்
வலசைப் போதல்
நிகழப் போகிறது!
அவள் வாய் மொழியால்
தன் பெயரை உச்சரித்த தருணத்தினால்!

பிரியமானவள் என்று
பிறக்கும் போதே

அறிந்து விட்டார்கள் போலும்
அவள் பெயர்
பிரியா என்று
கூறும் போதே உணர்ந்து கொண்டேன்!

அன்றிலிருந்து எத்தனையோ
மெனக்கெடல்கள்!
வல்லினம் மிகுமா? மிகாதா?
கணக்கில் சந்தேகம்!
ஆங்கிலப் புத்தகம் கொண்டு வரவில்லை!
பதிவுக் குறிப்பேடு எழுதித் தாராயா?
செய்முறைத் தேர்வு பற்றிய ஐயம்!
என பேசுவதற்கான உத்திகளை
நயமுடன் கையாண்டேன்!

ஒரு வழியாக
வருடம் ஒன்று கழிந்தாயிற்று!
கைகுலுக்கிக் கொள்ளும் அளவிற்கும்!
பிறந்த நாளுக்கென இசை எழுப்பும் வாழ்த்து அட்டையோ!
இதய வடிவ பரிசுப் பொருளோ என
பகிரும் அளவிற்குப்
பழகிப் போனோம்!

பன்னிரெண்டாம் வகுப்பு
முடியும் தருவாயில்
லைலா மஜ்னு!
ஷாஜகான் மும்தாஜ்!
அம்பிகாபதி அமராவதி!
என்ற மிதப்பில் திரிந்தோம்!

அரும்பிய மீசையில் முளைத்தே காதல்!
அடுத்த அத்தியாயத்தை நோக்கி
தொடர்ந்தது கல்லூரியில்!

-மு. துர்கா தேவி

காதலுக்கு கண்ணில்லை

எண்ணெய் ஒழுகிய நெற்றியுடன்
கல்வியே கண்ணென வந்தேன்
என்னவன் இங்கிருப்பது அறியாமல்!
இடைவேளை மணியும் ஒலித்தது,
ஓர் உருவம் கடந்து சென்றது
கண் இமைக்கும் நொடியில்!
உருவம் பதியவில்லை நினைவில்;
இனம்புரியா ஆர்வம் ஒட்டிக் கொண்டது மனதில்!
என்னவனும் என்னை பார்த்திருக்கக் கூடுமோ?

என்னவன் மாநிறமானவன்,
என்னவன் முகத்துக்கு எடுப்பான மீசையுடையவன்;
என்னவன் கவரும் புன்சிரிப்புடையவன்,
என்னவன் அழகிய தாடியுடையவன்,
என்னவன் கம்பீர நடையுடையவன்;
நம்புங்கள் உருவம் பதியவில்லை நினைவில்!

தெரியவில்லை காலம் கடந்தது,
உணவு இடைவேளையும் வந்தது.
கல்லூரி சிற்றுண்டியகத்தில்
அனைவரும் அமர்ந்திருக்க, தலை மறைவாய் இருக்கும்
எனக்கான தலை எங்கே?

எப்படியோ கண்டேன் என்னவனை
அவன் சீதையுடன்!
என்னவனின் கண்கள் என்னருகிலிருந்தவளை கவர்ந்திற்று
போல;
அவனைப் பார்த்த எனக்கு
அவன் யாரைப் பார்த்தானென அறியவில்லை!
இவையெல்லாம் முன்பே அறிந்திருக்க வேண்டும் போல;
கல்வி கற்க போனேன்;
காதல் கற்று வந்தேன்!
முதல் நாள் பாடம் முடிந்தது.

-புதுகை வி.சௌமியா

இதய மலரே!

உன்னை காணாமல் என் கண்களோ தேடி அலைகிறது.
நான் எவ்வாறு கூறுவேன் நீ என் இதயத்தில் இருக்கிறாய்
என்று!

தோட்டத்தில் மலர்ந்த மலர் வாடிவிடும்.
ஆனால்,
இதயத்தில் பூத்த காதல் மலர் என்றும் வாடாதன்றோ?

என் வாழ்வை நான் வெறுத்த போது
என் வாழ்விற்கு அர்த்தமாய்
நீ வந்தாயே!

காதலே!
உன்னைக் கண்ட நாள் முதல்
என் உறக்கத்தை தான்
முதலில் தேடினேன்.
ஏனெனில், கனவில் உன்னைக் காணவே!

எங்கு சென்றாலும் என்னைப் பிரிந்து
உன்னை மட்டுமே தேடி அலைகிறது.
எந்தன் மனம்!

என் மனதை இருள் சூழ்ந்தாலும்
உன் நினைவொளியில் வாழ்வேன்.
என்றும் வெளிச்ச விளக்காக!

உன்னைக் காணாத நாட்களில்
என் விழிகள் உறங்க மறுப்பதேனோ?

மனதை இரும்பாக்கிக் கொண்டாலும்,
உன் அன்பு காந்தமானது
நீ இருக்கும் திசையை நோக்கி
என்னை இழுப்பதேன்!

உன் கரம் பிடித்து செல்ல ஆசையோடு இருக்கிறேன்!
வாழ்வின் இறுதிப் பயணம் வரை!

நீ அருகில் இல்லையென்றால்,
என் வாழ்வின் நொடிப்பொழுது கூட
நகராமல் தவிப்பது ஏனோ?

வானவில்லிலும் இல்லாத வண்ணமே
என்னவனின் எண்ணம்!

நீண்ட நாட்களாக காத்திருந்த செவிகளுக்கு
விருந்தளிப்பது போல் இருந்தது உன் குரல்!

என்னுயிரே!
மண்ணில் விழுந்த மழைத்துளியாய்
என் மனதில்
நீ வந்து விழுந்ததேனோ?

நீரின்றி அமையாது உலகு
அதுபோல
நீயின்றி அமையாது என் உலகு!

மௌனமும் அழகே
உன் அருகில் இருக்கும் தருணத்தில்!

உன்னை மறவாது நினைப்பேன் என
பிடிவாதம் பிடிக்கிறது.
என் குழந்தை உள்ளம்!

உன் அன்பான பாசக்கயிறால் என்னைக் கட்டி இழுத்தாய்.
சுகமான காதல் அதுவன்றோ?

கல்வி கற்க சென்ற இடத்தில்
காதல் மலர் மலர்ந்ததேனோ?
புரியாத புதிரானதே!

-ர.லோஹிதா

மழலை காதல்

நீ என்னை
நெருங்கும் போதெல்லாம்
நொறுங்கிப் போகிறேன்
நானடி

என் பள்ளிக்கூட
நாளேடுகள்
நிறைந்தது
உன்னால் தானடி

என் பள்ளிக்கூட
ஞாபகத்தின்
நிழலும்
நீதானடி

பிரியும் உறவென்று
தெரியும் இருந்தும்
உயிர் வைத்தேன்
உன்மேல் தானடி

மழலைக் காதல்
ஒருபோதும் மணவறை
வரை சென்று
சேர்வதில்லையோ

உன் கடைசி
பார்வையில் எனக்குள்
ஓராயிரம் கேள்விகள்
அதில் ஒன்று

நீயும் என்னை காதலித்தாயா?

- மணிராஜ். பா

கல்லூற கல்லூரி காதல்

நிகரா காதல் பகருதடா
கல்லூரி கோட்டையிலே மதில்கூண்டில்
ஒப்படைத்தேன் எனையே கற்றல் தேரில்

பொய்யுரையேன் இன்று காதல் தேரில்
பறக்கிறேன் சிறகோட்டு பறவைகளோடு!

சாலையில் நாமும் நடக்கயிலே
கைவிரல்கள் இணையுதடா!

இதயவானாய் உதயமானாய்
ஏன்? கேள்வி கேட்டு கற்பனே
கல்வி தேனை பருக!!

ஏன் ?என்று தெரிந்தும் தெரியாமலும்
கல்லூறும் சல்லாபம்
உரைகிறேன் பொய்கள் எனை மெருக
உன் உரைவாழோ யான்
யாதுமாகியான் நீ என் காதலே

நிகரா
கவிமொழி பொழிய
அழகியல் முடித்துவைத்த
காதல் சிண்டினை உன்னில் மாட்ட
என்னை வலியோடு வாட்டாத காய்ச்சலே
என் காதலே
நிகரா நிகரா
மயிலனப் பீலி பிறப்பிக்க
காத்திருந்ததுவோ

எனது ஆருயிர் புத்தக மதில் கொண்ட நிகரா

கடைக்கண்களோடு
போர் புரிந்தேனோ?

கல்லூரி வாள் அவன் கைவண்ண எழுதுகோளோ?

ஏனைய வித்தைகள் எவ்வாறென
இளங்கன்று புரியாது மால;

பிரம்மனின் அறையில் புக்கினானோ
என் குழப்ப அறையில் விழித்தானோ!

இவன் யாரோ முகங் காட்டாத நேசத்தான்
என் இதய தேசத்தானோ!

முன்பு கற்ற கல்வி
சிறகடித்து பறக்கையிலே
கண்டு காணாதது இருவிழிகள் தேடுத்து
பொன் முகமே

வந்தனன் தேவர்சேனாய்
இருயிரை கடல் வானாய் ஒப்பனைக்க

-M. PREETHI

மறக்காத நினைவுகள்

கல்வி கற்க பள்ளிக்குள் நுழைந்தேன்!
வாழ்க்கையை
வசந்தமாக்க
வகுப்பறையில் நான்
பாதம் பதிக்க!

அவள்
கருவிழியோ
என் இதயத்தில் இடம்
பிடிக்க.
முதல் காதலாய்
என்னை ஆனந்தப்படுத்தியவள்

கரும்பலகையில்
ஆசிரியர் பாடம்
எழுத!
அவளை
நான் ஓவியமாக
என் ஏட்டில் செதுக்கினேன்!

அவள் பெயரை
புத்தகத்தில் கிறுக்கி
யாருக்கும் தெரியா
வண்ணம்.
அடித்த நாட்கள்
ஏராளம்!

உன்னை காதலிக்கத்தான்
என் பாவிமனம்
பள்ளியின் காலடிகளை
தொட்டதோ!

பாவி மனம்
ஏங்குதடி!
பல வருடங்கள் சென்றும்
பள்ளிக் காதலை
நினைத்து!

பள்ளிக்காதலோடு சேர்ந்து!
என் கவியும் கரைகிறது.
என் கவியை கரைத்த
காதலோடு!

-தமிழை சுவாசிப்பவள் பா. சுரேகா

என் பள்ளி காதல்!

"எனக்கு நீ யார்?"
பள்ளி இறுதி நாளில்
உன்னை நான் கேட்டேன்
விடையென்று நீ உதிர்த்துச்
சென்ற உன் உதட்டுப்
புன்னகை இன்னும்
விடை தெரியாமல்
என்னுள்
புதைந்து கிடைக்கிறது,

என் கேள்விகள்
எத்தனைப்பக்கங்களானாலும்
உன் பதில் என்னவோ
மௌனம் கலந்த ஒரு
புன்னகை தான்,
அத்தனை கேள்விகளும் உன்
ஒரு அங்குல புன்னகை
முன் மண்டியிடும் மர்மமென்ன?

எத்தனையோ முறை
நீ கேட்டு விடுவாயோ என்று
பக்க பக்கமாக
பதில் தயாரித்து வருவேன்
அத்தனை முறையும
நீ என் பெயரைக் கேட்டால் கூட

விடை தெரியாமல்
விழிப்பேன்,
உன் பார்வை என்னும்
காந்த அலையில்
என் மூளை நரம்புகள்
முடக்கப்படுவது
இயற்கை தானே?

கோனார் தமிழ்
உரை போல
காதலுக்கும் ஒரு
வழி காட்டியிருந்திருந்தால்
அதுவாவது என் காதலுக்கு
ஒளி காட்டியாக
இருந்திருக்கும்.

கவிதை
நீ கற்றுத்தந்த பாடம்,
உன் மௌனத்தை
மொழி பெயர்த்தேன்
எல்லோரும் என்னை
கவிஞனென்றார்கள்,
உண்மையில் நானொரு
மொழிபெயர்ப்பாளன்
என்பது எனக்கு உனக்கும்
மட்டுமே தெரிந்த உண்மை !

-கவி கவிஞன் இரா சதீஷ் குமார்

பள்ளியில் முளைத்த காதல்:

அன்பே!!
உன் இரு விழிகள்
என் கவிதையின்
முதல் வரிகள்!

உன் இதழின் மொழிகள்
என் இதயத்தை
நனைத்திடும்
மழையின் துளிகள்!

நீ போகும் சாலை வழிகள்
உன் பின்னால்
வருவதல்லவா
என் பணிகள்!

நீ அருகில் இருக்கும்
ஒவ்வொரு நொடிகள்!
பறந்திடும் அல்லவா
என் வலிகள்!

கொசுக்கு கிடைத்த வரம்
எனக்கு கிடைக்கவில்லையே!!
உன் கன்னத்தைக்
கடித்துப் பார்ப்பதற்கு!

-கவிஞர் கவின்குமார்

இரக்க மற்றதடி
உன் இதயம்!
உன் உள்ளே நுழைந்தால்
துரத்துதடி எனையும்!

உன்னை கண்டது
என்னவோ பள்ளியில் தான்!
கண்ட உடனே
கொடுத்து விட்டேனடி
என்னையும் நான்!

-கவிஞர் கவின்குமார்

விடையறியா பேதை

கண்ட முதல்நாள் அறியேனடா என்
காலமுழுவதும் நீ வருவாயென்று
கண்ணெதிரே நண்பனாகவும்
கனவிலே காதலனாகவும் மாறிமாறி விளையாடுவதேனடா?
கற்கும் இடமதில் சொல்வாயா?-இல்லை
என் கல்லறையில் உன் காதல் சொல்வாயா?
காலம் முழுவதும் உடன் பயணிப்பாயா?
இல்லை கல்லூரி வாயிலிலே விடைபெற்றுச் செல்வாயா?
வினாக்களுடன் விடையறியா பேதை நான்!

-சூ.லெயோ தெபோராள்

இளமையில் பூத்த காதல்

யாரிடமும் பேசாத என்னை
நீ உன் சிரிப்பில் கவர்ந்தாயே
தனிமையில் தவித்த என்னை
உன் நினைவோடு மலர்ந்தேனே
என் கண்கள் உன்னை தேடியது.

என் மனம் உன்னைச் சுமந்தது
உன் பெயர் ஒலித்தாலே
என் கண்கள் உன்னை காண்கிறது
நீ யார் என்று தெரியாது
உன்னை இக்கல்லூரியில் கண்டேன்.

என் மனதை கவர்ந்தாய்
என் இதயத்தில் உன்னை இணைத்தேன்
கல்வியில் சிறிது கவனம் சிதற
உன்னிடம் பேசவில்லை
இருப்பினும் உன் நினைவோடு
கல்வியை முடித்து உன்னுள் கலந்தேன்
என் அன்பு காதலனே!

-மு.ஹர்ஷினி

நீயும் நானும் புத்தகமாவோம்

கண்ட நாள் முதல் இன்றுவரை கணப்பொழுதில் அந்த
நிகழ்வும் வருடிச்செல்லும் ஒரு பார்வை
சிமிட்டாத விழிகள் சிறைபட்டுக் கொண்டது அவள்
பார்வையில்

ஆசிரியர் இடம் அமர
நான் அவள் இடம் நோக்க
விழிகள் இரண்டும் விவாதம் செய்யும்

இடைவேளையில்
இடைவேளையில்லை
எங்களுக்குள்
காற்றுக்கு கூட
கருணை காட்டவில்லை

அவ்வப்போது அவள் கண் ஜாடை வார்த்தைகள் உசுப்பி
எடுக்கிறது அந்த உயிரினை கசக்கிப் பிழிகிறது

பக்கங்களை புரட்டி எடுத்துக்கொண்டு பாதைகளை
தேடிக்கொண்டு
பகலில் கூட பந்தயக்குதிரை ஆனேன்
உன்னைக் கண்டதும் ஓட்டைச்சுமந்த
நத்தையானேன்

விலகிச் சென்று விருப்பம்
தெரிவித்தவள்
அருகே அழைத்து தன்
ஆதங்கத்தை கொட்டி தீர்த்தாள்

அவ்வப்போது மணியடித்து களைத்துவிடும் உன்
நினைவுகள்

மெழுகைப் போல
மேனியையே உருகவைத்தாள்
அதற்கு
பெரும் மூலிகையாக அவளையே கொடுக்க
அவதானித்தாள்

விடுமுறை அவள் என்றால்
நான் அவள் தெருமுனைதான்

புத்தகம் பூவாகும்
அவளை கண்டால்
கவராயம்
கவருகிறது அவளை மட்டுமே

பங்குனி பௌர்ணமி ஆக்கி
பகல் இரவை பகடையாக்கினாள்

வெறும்பையன் என்னும் வார்த்தை விடுத்து
என்னை விருந்தினராக மாற்றியவள்

பாடவேளைகள் நீ வந்திருந்தால்
கீதமாகும்
இல்லை
அறுவை என மாறும்

மௌனம் உடைபட்ட வார்த்தைகளால்
மனங்கள் உடைபட்டதோ
மனங்கள் திசை மாறிய பின்
பாதை ஒன்றாகுமோ

நீ பிரிந்தால் வெற்று உடலுக்கும்
இங்கு என்ன மதிப்பு
தினமும் பார் அதனால் மனதிற்கு
தவிப்பு

எங்கிருக்கிறாயோ நீ
நான்
உன் நினைவுகளால்
மட்டும் இருக்கிறேன்

-மா.வசந்த்குமார்

நினைவுகள் இனிதே!

ஒற்றை நிற ஆடை
கறையுற்ற ஆடை

ஏரிக்கரை தாண்டிச் சென்று
சாதி மதம் அற்று

உணர்வுகளால் இணைந்து
நட்பால் பிணைந்து

பள்ளிப் பறவையாய்
வகுப்பறையில் வட்டமிட்டேன்

வட்டமிட்டபோது தான்
அப்பேதையைக் கண்டேன்

அறியாத மனதில் வந்தது காதல்
அதுவும் ஒருதலைக் காதல்

கைகள் கோர்க்காமல்
தழுவல்கள் இல்லாமல்

ஏக்கத்திலேயே நிகழ்ந்தது!

அவளைப் பார்க்கும் போதெல்லாம்

என் இதயம் துடிதுடித்து
என் உணர்வுகள் கரைந்து
என் கண்கள் அவளிடம் காதல் சென்னது

என் கண்களைப் பார்த்த
அவளின் கண்களோ
சிறு புன்னகை சிந்தியது

அப்புன்னகை
அவளின் நட்பைச் சொன்னது

அவள் கானல் என்று தெரிந்தும்
என் மனம் அவளையே
காதல் புரிந்தது

என் காதல்

அவள் மச்சத்தால் பிறந்து
அவள் நினைவுகளால் வளர்ந்து
அவள் எண்ணங்களில் வாழ்ந்துகொண்டே இருக்கிறது.

-பா.பிரியன்பாபு

என் பள்ளி வளர்த்த காதலே

அறியாத புரியாத வயதில்
ஏடெடுத்து பயிலும் வேளையிலே
என் உணர்ச்சி தேசத்தில் தோன்றிய முதல் காதலல்லவோ நீ

மலர்ந்தும் மலராத பூவாய்
என்னுள் பூத்த காதலே;
நின் நினைவலைகளை மறப்பேனோ

கல்வி கற்க வந்த என்னை
உன் மாயக்கண்களால் வசப்படுத்தி
காதலென்னும் புனிதப்பாடத்தை
கற்க வைத்தாயே
அன்றோ எனை அழைத்தாய்;
ஏற்க மறுத்தேன்
ஏதுமறியா காதல்மாணவனாய்
இன்றுதான் உன்ஞாபகம் மீண்டும் துளிர்த்தது என்னுள்ளே
வறண்டு போன மனதை நனைக்க வருணனளித்த நல்வரமா
நீ?
கலைந்துவிட
மெல்லவேசிறு தூரல்போட
வானத்திலே வண்ணங்களாய்
வானவில்லும் காட்சியிட
மண்வாசம் வீசி - எந்தன்
மனம்சிலிர்க்க வருவாயோ
என் பள்ளி வளர்த்த காதலே!

-கவிஞர் பாரதி பாஸ்கி

பத்தாம் வகுப்பு காதல்

பள்ளியில் முதல் நாள்
என்னை அன்பாய்
பார்த்த அவளது கண்கள்
என்றும் என் நினைவோடு வாழும் அவளது உள்ளம்
செல்ல செல்ல இருவரும் ஒன்றிணைந்தோம்
கைகள் இரண்டும் எப்போதும் கோர்த்தே இருக்கும்
எவ்வளவு சண்டை என்றாலும்
கைகள் அவள் கைகளை. கோர்க்க மறந்ததில்லை
அந்த படிக்கட்டுகள் எல்லாம் எங்கள் காதல் வார்த்தையை
கேட்க மறுத்ததில்லை
சண்டை என்றால்
தோழிகள் தான் எங்கள் தூது புறா
புத்தகத்தில் எழுதிய மையை விட
அவளது கையில் எழுதிய மை தான் அதிகம்
பத்தாம் வகுப்பு புத்தகம் ஒவ்வொன்றும் எங்கள் காதல்
மொழி சொல்லும் ஒவ்வொரு பக்கங்களிலும்
ஆசிரியர் கரும்பலகையில் எழுதிய வார்த்தையை விட
நாங்கள் மௌனமாக எங்கள் புத்தகங்களில் எழுதிய
வார்த்தைகளே அதிகம்
மெல்ல மெல்ல அவள் கை கோர்த்து இன்று அவள் கை
இல்லாமல் என் கையின் தோல் உரிகிறது!.
வார்த்தைகளால் அவள் காதல் கோர்த்தாள் இன்று அதே
வார்த்தையால் என்னை கண்ணீரில்
நனைக்கிறாள்
இன்னும் என் மனம் காத்திருக்கிறது மீண்டும் அந்த
தருணமெல்லாம் வராதா என்று

- அருணா தனசேகர்

உணர்வுகளின் புணர்ச்சி

அறிவியலும் கணிதமும்
பொறியியலாய் நம்முறவு,
சுண்ணக்கோலும் பலகையும்
மீநுண்துகளாய் உன்வாசம்,
வண்ணக்காட்டியும் கரைசலும்
மந்திரமாய் உன்வதனம்,
பைஞ்சுதையும் நீரும்
வெப்பமாய் ஊக்கிகள்,
விடுதியும் வீடும்
காமமாய் காதல்,
அணியும் இமையும்
காரணமாய் என்னுடைமை,
பிணியும் மருந்தும்
குணமாய் நம்பிரிவு.

                    -அஜய்

காதல் துளிர்

காதலர் வழி கன்னியை கண்டவுடன் கணித்தேன்
கல்வியோடு காதலையும் கற்பிக்கும் பள்ளிபருவமென்று
மரத்தடியில் தோழிகளோடு கனத்துக்கொண்டே மெல்ல
என் மனதடியில் காதல்விதை விதைத்தாள்
ஓரப்பார்வையால்
அவள் நாணத்தோடு சீருடை சரிசெய்கையில்
சிறுதடுமாற்றம் கொண்டேன் என் சிந்தையில்
திருநாள் தாவணியில் அவள் வெட்கி தலை குனிய
திமிரும் காளைகள் தரை சாய்ந்து தவழ்ந்தோம்
அவளுக்காக கவிதை எழுத முயன்ற பொழுதுதான்
கவியையைக்காட்டிலும் கணிதம் சுலபமென்று உணர்ந்தேன்

-விமல்

கற்றதெதுவோ! பெற்றதிதுவே

அரசு ஆண்கள் மேல்நிலைப் பள்ளி கடந்து, இருபாலர்
படிக்கும் தனியார் பள்ளியின் வாசல் எனக்கு
என்னென்னவோ கற்றுத் தந்தது..

சிகையில் அலங்காரம் தேடியது!
முகப்பூச்சு அழகை கூட்டியது!
ஆடித்திங்கள் தேடி அலைந்து ஆடைகள் பலவும் வாங்கியது!

கசங்கிய சட்டையே அடையாளம் என்றிருந்த வனுக்கோ
சலவை நிலையம் கோயிலானது! - முழுக்கை சட்டையின்
முற்றத்தில் பொத்தான் மாட்ட பழகிப் போனது!

இன்னும் என்னென்ன
கற்றுத் தந்தது தெரியுமா?

பெண்பாலர் மேலிருந்த தயக்கமும் அறியாத அர்த்தமற்ற
பயமும்
அடியோடு அழித்துச் சென்றது.

ஆனால்,
அவளை எதிர்கொள்ள மட்டும்
ஏனோ தைரியம் தரவில்லை?

அவள் யாதென கேளீர்?
கூரிய விழி உடையாள்?
குயில் கீச்சிடும் குரலுடையாள்?
நடனம் மிஞ்சிய நடையுடையாள்?
ஆக மொத்தம் எவரும்
கனவிலும் கண்டிராத பதுமையின் வடிவுடையாள்?

அவளால்,
வெட்கம் பிடுங்கி தின்றது!
வேறு பணிகள்யாவும் மறந்தது!
உடல் மட்டும் உடனிருக்க
உள்ளம் உலா சென்ற பின்னே..
உறக்கம் மட்டும் விதிவிலக்கா?
முடிவில்
அனுதினமும் அவளது நினைவு
ஆக,
கல்வியில் கண்டதோ சரிவு!

-இராம ஹரி பிரகாஷ்

இனிமையான நாட்கள்

பருவங்கள் நகர நகர
என் உருவமும் நகர்ந்தது
அவன் நினைவைத் தேடி!

என் கனவுகளில் பட்சி பறந்து
அவன் பெயர் சொல்கிறது!

கண்களில் கோபமும்
மனதில் ஒருதலை காதலும்

புன்னகை கூட அறியாதவள் நான்!
அவன் முகம் காணாத வரை!

மிதிவண்டியில் சென்றாலும்
கண்கள் அவனை தேடும்!
பள்ளி நுழைவு வாயிலில் அவனை
கண்டு விட்டால்
இரசித்தவள்!

அடக்கமாய் நடை இருந்தாலும்
இருதயம் மட்டும் துடிக்கிறது
அவன் பெயர் சொல்லி!

அவன் பார்க்கும் போது
முறைத்தவள்!
அவன் அறியாமலே இரசித்தவள்!
விளையாடும் நேரம் கூட
மரங்களில் பெயர் பதித்தவள்!

மேசை வரிசைகளில் அவன் முகம் காண
முன்னேற்றத்தில் அமர்ந்தவள்!

நாட்கள் கடந்தாலும்
ஒருதலை காதல்
இனிமையான மோதலாய் தழுவுகிறது!

கற்க போனது என்னவோ
கல்விதான்!
ஆழ் மனதில்
குடி கொண்டதோ காதல்
என்னும் பட்சிகள்!

-பா.சபின்ஷா

கல்லூரி கவிதை

யாரும் சொல்லவே இல்லையே
காதலும் கிடைக்குமா
கட்டணம் கல்விக்கு தானா
காதலுக்கு இலவசம் தானா
சேர்ந்தோம் அதனால்
கல்லூரியில் !

கல்லூரி சாலையில்
கவிதைகள் நடக்கின்றன
பேசுகின்றன
சிரிக்கின்றன
காதலிக்கின்றன
அவர் அவர் காதலர்களை
என்னை அல்ல !

ஒருவேளை தினமும்
அதே கவிதையை படிப்பதால்
என்னவோ கிழித்துவிடுகின்றனர்
வேறு கவிதைக்காக !

கல்லூரியில் நான் செய்தவை
அந்த கிழிந்த கவிதையின்
எழுத்தை மட்டும் எடுத்துக்கொண்டு
தாளை வீசிவிட்டேன் !

அந்த தாள் யாருக்கு மாட்டியதோ
தெரியவில்லை
ஆனால் அதன் எழுத்துக்கள்
நீங்கள் படிக்கும் இதுவே !

-பொன்.கலையரசன்

காதல் கனவு

பள்ளிப் படிப்பு முடிந்தது
பாங்குடன் கல்லூரி போனேனே

பாவை என் கண்களில்
பலநூறு ஆவல் கலையாட

பதற்றமும் வந்து வந்து
பயமுறுத்தி போனதுவே

பயந்தது போல் ஏதுமில்லை
பழகுவதற்கு இனிய நண்பர்கள்

கல்லூரி என்றாலே கல்வியோடு
கவிதையும் காதலும் கலந்தது தானே

கண்ணும் கருத்தும் விரும்பும்
கண்ணன் காதலை சொன்னானே

கற்றேன் இளங்கலை நானும்
ஏற்றேன் இளங் காதலையுமே

தந்தை தாய் இருந்த மனதில்
தலைவன் மெல்ல நுழைந்தானே

படிப்பு முடித்து போகும் முன்பே
பருவக் காதல் வேகமாய் படர்ந்ததே

அன்பு அழகாய் வெளிப்பட
ஆனந்த வெள்ளத்தில் மிதந்தேனே

அவன் தினம் தந்த பூவெல்லாம்
என் மனதுள்ளும் மணந்ததே

கல்லூரி நாட்கள் யாவும்
காதலுடன் கடந்ததே

கவிதைகள் எழுதினேன் என்
காதலையும் தான்

கல்வி முடிந்ததும் நான்
இராதையாக கனவு கண்டேனே

இல்லம் திரும்பியவுடன்
இல்லறப் பாதை திறக்க அதிர்ந்தேனே
எத்தனையோ பேசியும் யாரும்
ஏதும் ஏற்கவில்லையே

கண்ணன் வருவான் எங்கள்
காதல் சொல்லி அழைத்தே

போவான் காதல் வெல்லும்
கண்ணீர் போதும் என்றிருந்தேன்
வாழ்த்து சொன்ன அவனைக்
கண்டதும் கலைந்தது காதல் கனவே!

-இரா. கயல்விழி இளையராசா

நிலவாய் நீ சென்றாய்

பூந்தென்றல் எல்லாம் புதிதாக தெரிந்தது.
நிற்காமல் செல்லும் அந்த மேகத்தின் பாதை புரிந்தது.
அது விசித்திரமான பொழுது.
இல்லாத ஒன்றை எல்லாம் இருப்பதாய் சித்தரித்தேன்.
ஒரு இனம் புரியாத உணர்வால் தானாக சில்லரித்தேன்!
தடம் பதிக்க போனபோது என் மனம் இடம் மாறி
சென்றுவிட்டது.
புத்தகத்தின் பக்கங்களை திருப்புகையில் தெரிந்தது அவன்
முகம்
என்ன விந்தை அது!
மலை முகடுகளை சாதாரணமாக கடந்து விட்டது போல ஒரு
எண்ணம்.
கவிதையின் கிளைகளில் ஊஞ்சல் ஆடியது போல ஒரு
எண்ணம்.
அதே நினைவு என் மனதில் இன்னும்!
மௌனத்தின் விளிம்புகளில் விழிகள் மட்டும் வயப்பட்டு
நின்றது.
உதடுகளில் புன்னகை இல்லை ஆனால் ஆனந்த களிப்பில்
அகம் ஆட்டம் ஆடி நின்றது.
அவன் போகும் பாதை எல்லாம் ஒற்றைஅடி பாதை என என்
கண்களை அவனை நோக்கி செலுத்தினேன்!
எல்லாம் இன்ப மயம் என்று இருந்தேன்.
பருவம் தந்த முற்புதிராய் முதல் காதல் ஆரம்பித்தது அவன்
சிரிப்பில் இருந்து!
அமைதிக்கு நடுவே ஆயிரம் கனாக்களில் களவு
கொண்டான் என் மனதை.
இந்த உணர்ச்சி அத்துணையும் அவனிடம் கொட்டுவதற்குள்
சொல்லாமல் அவன் சென்றான்!
ஆறாத மனதிற்கு ஆறுதல் படுத்தி நான் கரைந்தேன் என்
பள்ளி காதலால்!
கல்வி கற்க போன இடத்தில் காதல் வலி கற்று வந்தேன்
நான்!

-யாழினி

என் புராணம்

பள்ளிக் காதல்
பருவம் பார்த்தது
உருவம் தாண்டி
உள்ளம் பார்த்தது
கல்லூரிக் காதல்

கட்டிளமை கரை புரண்டது
கல்லூரி களம் தந்தது
புதுமையான அனுபவம்
பூக்குதே என் முகம்

எண்ணங்களில் வண்ணம்
உருவானது புது உலகம்
உணராத தருணம்
உருவானதே ஓர் நாணம்

ஆண்மகனென்றால் அவதியில் - அலசலாம்
பெண்தானே - பெருமூச்சானது
மூச்சின் கனம் திணறியது
மூச்சு விட்டேன்
தோள் தந்தவளிடம்

முடியவில்லை - மூடிமறைத்தேன்
முயற்சித்தேன் - தோழிகளின்
காதுகளில் இசையொலித்தது
வாய்மொழிகளில் - சிவபுராணம்
அது - என் புராணம்

அங்கொருத்தி நின்று
என்னடி ஏதோ என்றாள்
ஆமாண்டி அதுக்கென்ன

என்றேன் - கண்களால்
ஜாடை செய்தாள் - கடுப்பானது
என் மனம்

அவனுக்கு தெரியாது
சொல்லவும் மனம் முயலாது
மனம் முயன்றாலும்
வாய்மொழி இல்லை

நாணம் ஒரு பக்கம் - அவனை
நாட முடியாமல் - மனமோ
மறு பக்கம் - எதிரிகள் கூடிற்று
என்முகம் வாடிற்று

எப்படி சொல்லலாம்?
எங்கே பார்க்கலாம் - என்றெல்லாம்
தோனிற்று - எனக்குள்
தைரியம் கூடிற்று - காதல்
பைத்தியம் முற்றிற்று

நூல் பார்க்கச் சென்றேன்
அவன் பார்த்து நின்றான்
என்னவென்று கேட்டேன்
தோழிகள் கதையை
நூலில் கோர்த்தான்
நாணியது என் நெஞ்சம்
நடுங்கியது என் உள்ளம்

விழி பார்க்க முடியாமல்
நிலம் பார்த்து நின்றேன்
என் நிலை வேறு - நீ
மனம் மாறு என்றான்

நடுங்கியது இதயம்
நலிந்தன உதடுகள்
தேக்கி வைத்த காதலை - மீண்டும்
மூடி மறைத்தேன் - காதலை
அப்படி ஒன்றும் இல்லை
அடுத்த கணமே பதில் - என்னிடம்

யோசித்து பார்த்தேன்
யோசனை கேட்டும் பார்த்தேன்
சூழ்நிலை புரிந்தது - வீட்டின்
வறுமையும் வலித்தது
வாழ்க்கையைத் தேடினேன்
வசதியும் பெற்றேன்
வாழ்வும் கொண்டேன்

-செல்வி. சிவகுமார் தேவமலர்

அவனும் நானும்!

பணம் கொடுத்து பட்டம் வாங்க பட்டணம் போன
பெண்ணாக நான் அடியெடுத்து வைத்த முதல் கணம்!
மண் பார்வை நீங்காத நானோ மேகம்பார்த்த அந்த பருவம்!
அவன் என்னும் கதாபாத்திரம் என் வாழ்வில் அறிமுகமான
அந்த நாள்!
நெஞ்சம் என்னும் தூதுபுறா இடம்மாறி சென்ற உல்லாச
உலகம் எந்தன் காதல் உலகம்!
சேரத்துடிக்கும் நாளளெண்ணிய அச்சமோ அடிவயிற்றில்
ஊசலாட
ஒருசேரக்காத்திருக்கும் கற்பனையில் அளவில்லா
காதல்ஸ்பரிசம் உரையாட ! கேட்கும் அந்த நிழல் கூட
வெட்கப்படும்!
அந்த கல்லூரி என்னும் பயணத்தின் காதல் பயணமாக
இருவரும் வெளியேறிய அனுபவத்தில் மாட்டிக்கொண்ட
ஜீவனாக நான்!

-தர்ஷினிசிறகுகள்

கல்லூரி காதல்

காதல்
வார்த்தைகளால் சொல்ல முடியாத உணர்வு
உள்ளத்தின் இனம் புரியாத உற்சாகம்
கல்லூரி காலங்களில் வகுப்பறையின்
கடைசி வரிசையில்
சன்னல் ஓரமாக அமர்ந்து
ஆசிரியர் நடத்துவதை கவனித்தும் கவனிக்காமலும்
சன்னலின் வெளியே
காதலனின் வருகைக்காக
எதிர்பார்த்து காத்துக் கொண்டிருக்கும் நான்
நீ இல்லாத இடத்தில்
உன்னைத் தேடும் என் கண்கள்
நீ வரும் பாதையை எதிர் பார்த்துக் காத்திருக்கிறது
உன்னை பிடிக்காதது போல் நடித்து
நாளும் நனைகின்றேன்
அன்பான அறிமுகத்தில் அழகிய
அனுபவங்களைத் தந்தது உன் நாட்கள்
உன் வருகைக்காக காத்திருக்கும் எதிர்பார்ப்பு
என்றும் நான் கற்றிடாத கல்லூரி பாடம்!

-கு. கவிப்பிரியா

வகுப்பறை வாழ்க்கை!

நீளமானது
கரும்பலகையும்!
உன் கருங்கூந்தலும்!

நிஜமானது
பள்ளி படிப்பும்
பருவக் காதலும்!

மறக்க முடியாதது
ஆசிரியர் அடித்த அடியும்!
நீ பார்த்த நொடியும்!

அழகானது
ஆசிரியரிடம் வாங்கும் திட்டும்!
நீ வைக்கும் பொட்டும்!

அழகற்றது
வார விடுமுறையும்!
நீ வாரா வகுப்பறையும்!

வேகமானது
விடுமுறை நாட்களும்!
நீ கூறும் சொற்களும்!

சோகமானது
எழுதும் தேர்வும்!
உனது சோர்வும்!

கூடவே இருப்பது
எழுதும் பேனாவும்!
காணும் கனாவும்!

கூடாதது
கடினமான கேள்வியும்
காதல் தோல்வியும்

இனிமையானது
நான் எழுதிய இதுவும்
இனி எழுதப்போகும் எதுவும்!

-இரா.சசிகுமார்

கனாக் காணும் காலங்கள்

காலை வணக்கம்
சொல்லும் முன்பே...
உன் காற்று அடித்தது
எந்தன் அன்பே...
நீராடு கடலுடுத்த
பாடும்போதெல்லாம்
நீயாடு பிம்பம் தானே
வந்து போகும்....

உந்தன் பின்னே
நான் அமர்ந்தேன் ...
உள்ளேன் ஐயா
சொல்ல மறந்தேன்...
உயிர் உறைந்த
உடலாய் கிடந்தேன்...

தமிழ் ஆசிரியர்
கம்பன் ஆனார்...
ஆங்கில ஆசிரியர்
செல்லி ஆனார்...
கணித பாடம்
கவிதையாகும்...
உயிரியல் வகுப்பு
கெமிஷ்டிரி ஆகும்..

சமூக அறிவியல்
சுமூகமாக முடிந்தது
ஆசிரியர்வரவில்லை...
அதன்பின் வந்தது
உணவு இடைவேளை..

விளையாட்டு மைதானம்...
கிடக்கட்டும் ஒருஊரம்
என்றெல்லாம் விடாமல்
விளையாடுவோம் தினந்தோறும்...

நீ வீசும் பந்துகளோடு
கதை பேசும் என் கைகள்....

மணிக்கணக்கில்
உன்னை இரசிக்கும் போது...
மணி ! மணி அடிப்பான்...
காதல் பென்சில் வரைந்தால்
அழிக்க ஏது அழிப்பான்!!!!

தேசியகீதம் பாடி
பள்ளியின் வாசல் திறக்கும்....
வீடுவாசல் செல்ல
சிறு தயக்கம் இருக்கும்...

வகுப்பு முடிந்து வீட்டிற்கு செல்லும்முன் நான்
உன்னிடம் கேட்ட வார்த்தை...
பலருக்கு அது
கெட்ட வார்த்தை...
அந்த வார்த்தை"
என் புத்தகம் காணோம்...
உன்னிடம் இருந்தால் நாளை கொண்டு வா"...

அவளிடம் இருக்காது என்பது தெரியும் என் புத்தகமும் என்
காதலும்...

-இரா.சசிகுமார்

விலகாத நினைவுகள்!

ஆச்சரியமாகத்தான்
இருந்தது.
எதிரே வருவது என்னவோ
அவள்தானே என்று!

பெயர் கூறி கேட்டேன்
இல்லையென்று கூறி
புன்னகைத்துவிட்டு
நகர்ந்து சென்றுவிட்டாள்!

அந்த
பேருந்து நிலையத்தில்
அவள் சாயல் தரித்த
பெண்ணொருத்தி!

எனக்குள் திரும்பி
பார்த்தேன்!

அது
மூன்றாண்டுகள்
உள்ளடங்கிய
வேதியியல் பாடப்பிரிவு!

வருகை பதிவேடு கூட
உன்.
பெயரை உச்சரித்துவிட்டுதான்.
என் பெயரை அழைக்க
அது
ஒருபோதும்
தவறியதேயில்லை!

இரண்டாம் ஆண்டு
கனிம வேதியியல்
ஆய்வுக்கூடம்!

சோதனை முடிவுகளை
எல்லோரும்
சமர்ப்பித்துவிட்டனர்
என்னை தவிர!

என்னை
நோக்கிய -வீசிய
அவளது பார்வைகள்
பின்தங்கியதின்
காரணம் கேட்டது!

உப்பிட்ட -ஒரு
சோதனை குழாயை
காட்டி கூறினேன்.!

"நீ
இருப்பதால்தான்
என்னவோ தெரியவில்லை,
இன்னமும்
கண்டறிய முடியவேயில்லை"!

அவள் வெட்கம்
அந்த
ஆய்வுக்கூடம் முழுவதும்
வெளிச்சமாக்கியது.!

இதை
கவிதையாக்கி -மறுநாள்
கரும்பலகை ஒன்றில்
அரங்கேற்றி இருந்தேன்.!

ஒற்றை
பார்வையில் -அவள்
ஓராயிரம் வாட்
மின்சாரத்தை
எனக்குள் பாய்ச்சினாள்.!

பார்வைகள்
மட்டும்
பேசிக்கொள்வதும்.!

அவளின்
ஒவ்வொரு வருகையை
எதிர்பார்த்து
காத்திருக்கும்
தருணங்கள் என்றும்
சுகமானதே .!

-உடுமலை அ. செல்வராஜ்.

என்னவள் என் இதயத்தை திருடினாள்

கல்வி கற்கச் சென்ற இடத்தில் காதலையும் கற்று வந்தேன்!.

அனுபவங்களைக் கற்றுக் கொண்டிருந்த காலகட்டத்தில்
அவள் அன்பையும் பெற்றுக் கொண்டேன்!

முதல்நாள் முகம் அறியாமல்
மறுநாள் மனம் அறியாமல்
பல நாட்கள் அவளையும் அறியாமல்
மாதங்களும் மாறியது
அப்பொழுது
என் மன நிலையும் மாறியது

அவள் என்னிடம் பேச தொடங்கிய நேரத்திலிருந்து

அவள் அன்பை என்னிடம் வெளிப்படுத்திய நாட்களிலிருந்து
அவள் (அம்பு) என் இதயத்தை மெல்ல மெல்ல மெல்ல
துளைத்துக் கொண்டே இருந்தது

அவள் அன்பில் என் அறிவும் மழுங்க தொடங்கியது

அவளை நினைக்கும் நொடிகள் எல்லாம் என் எண்ணம்
மாறத்தொடங்கியது

அவளை மட்டுமே நினைத்துக் கொண்டிருக்க வேண்டும்
என்று-என்னவளுக்காக

காலங்கள் கடந்து ஓடிக் கொண்டிருந்தது
வலிகளும் அதிகமாக ஆளத் தொடங்கியது-
என்னவளுக்காக

அவள் என்னிடம் பேசாத நாட்களில் நான் ஊமையாகவும்
அவளைப் பார்க்காத நாட்களில் நான்
பைத்தியக்காரனாகவும்
வாழத்தொடங்கினேன்- என்னவளுக்காக

என் கனவில் அவள் ஒரு பக்கம் என் கனவும் ஒரு பக்கம்!!!

வரிகளை வரையத் தொடங்கினேன்
வார்த்தைகளைத் தேடத்தொடங்கினேன்
-என்னவளுக்காக

அவளை நினைத்து நினைத்து என் உடலும் தேகமும்
பொலிவு தன்மையை இழந்தது

விதி!

ஒரு நாள்

என் வலிகளும்
என் வார்த்தைகளும்
என் வரிகளில்!

அவள் வீட்டிற்கு கடிதங்களாக பறந்து சென்றது
அவள் குடும்பத்தில் போர்க்கொடி எழுந்தது
நான் போராட வேண்டிய கட்டாயமும் எழுந்துவிட்டது

என் காதல் ஊரெங்கும் காற்றில் ஊரார்களின் காதுகளில்
தாளம் போட்டது!

எனக்காக அவள் விதியை தேடினால் ஆனால்
ஆண்டவன் மதியை தந்து காப்பாற்றி விட்டான்

காதலில் சாதிக்க நினைத்த நாங்கள்
சாதி என்ற சாக்கடையில் சிக்கிக்கொண்டோம்

ஆம் அவள்!

சாதி பட்ட சமூகத்தில் அவளை மீட்டு எடுக்க
சாத்தான்கள் இடம் போராடிக் கொண்டிருக்கிறேன்!
அவளுடன் சேர!
என்னவளுக்காக போராடுவேன்

இது தொடரும்!

-ம.செல்லமுத்து எம்.ஏ..பி.எட்!

அழகிய காதல்

ஆயிரம் பேர் அருகிலிருந்தும்
தனிமையை உணரச்செய்கிறது
உன் பிரிவு;
இரவினில் கூட
உன்னைப்பார்க்கிறேன்!
கண்களால் அல்ல
கனவுகளால்;
தூங்காத இமைகளுக்குள்
உறங்கும் என் விழிகள்
சுமந்திருப்பது உன்
நினைவுகளை;
என் இதயம் மறக்காதது
உன்னை மட்டும்தான் எப்போதும்!
இவை அனைத்தும் நான் உணர்கிறேன் பள்ளியின்
விடுமுறை நாட்களில்;
ஏனெனில், நானோ கல்வி கற்க சென்று காதல் கற்று
வந்தேன்!

-நந்தினி மாரப்பன்

தின்ம நேசம்!

காகிதத்தில் காதல்
வரைந்தாய்!
கடிதமாக்கி கையில்
தந்தாய்!
வானத்தில் மிதக்க
வைத்தாய்!
வாலிப விளிம்பை
உணரச் செய்தாய்!

நீ! புத்தக மயிலிறகாக
காதல் வளர்ப்பவள்!
இலக்கிய வாசகத்தில்
என்னையே தேடியவள்!
கவிதைக்கு தலைப்பாக
என் காதலை சூட்டியவள்!

கல்வி கற்க போன
இடத்தில், காதல்
கற்றுவந்த என்னை
பார்ப்போர் பக்குவம்
இல்லை என்றனர்!
வளர்ப்பில் முதிர்ச்சி
இல்லை என்றனர்!

என்னை கேட்டால்
பதின்ம காதலோ?
பத்துவருட காதலோ?
நேசம் அரும்பிவிட்டால்
காதலுக்கு ஆயுளா
அவசியம்?

- மாயாதி

காதலோடு ஒரு பயணம்

அறியாத வயதிலே
அறியாமல் சென்றேனே
பள்ளியின் முதல் நாளன்று
வகுப்பறையில் நுழைந்தேனே!
யாரிடமும் இல்லாத ஒன்று
உன்னிடம் கண்டேனே
முகத்திலே பொழிவிருக்க
உதட்டிலே சிரிப்பிருக்க
பக்கத்தில் நீ இருக்க
பார்வையிலே கொன்றேனே!
காதலியாய் நீ கிடைக்க
துன்பத்தை மறந்தேனே
இன்பத்தை மட்டுமே
வாழ்க்கையாய் கொண்டேனே
உன் கரம் பிடித்திடவே
என் இதயம் துடிக்குதடி!
உன் இருவிழி பார்வையிலே
என் மனதை துளைத்தேனடி
கல்வி கற்க வந்தேனடி
நீ காதல் கற்று தந்தாயடி
இளமையிலேயே கொண்ட காதல்
முதுமையிலும் மாறாதடி.!

-ச.சரண்யா தேவி

காதலும் பிரிவும்

இரட்டை ஜடை பின்னலோடு!
ஒற்றை கையில் புத்தகத்தோடு!

ஜூன் மாத காற்றை போல்!
ஜொளித்தது வந்தாய்யடி பெண்ணே!

கணினி அறிவியல் பிரிவு கண்ணை கட்டும் என்றார்கள்!
என்னை காட்டில் கட்டி விட்டாயடி உன் வருகையால்!

என் காதலை மிருக்கத்திடம் பகிர்ந்தால் மனுசனாக
மாறுமேயடி!
நீ மட்டும் ஏனடி மிருகமாக மாறினாய்!

பள்ளி பருவம் முடிந்தது!

பகிர்ந்த என் காதலும்!
பகிராத உன் காதலும் வகுப்பறையிலே நின்றதடி!

ஆறு மாதங்கள் கழிந்தது!

கனவு போல் தோன்றியதடி!
ஒரே
கல்லூரியில் இருவரும் சேர்ந்தது!

உன்
இரட்டை ஜடை ஒற்றையானதடி!
ஒற்றை கையில் இருந்த புத்தகம் வெற்றுவானதடி!

உன்னுள் பல மாற்றங்களை கண்டேனடி!
என்னை ஏமாற்ற மாட்டேன் என்று நினைத்தேனடி!

ஆம்
நினைவுகள் எல்லாம் நிஜமானது!

ஒருதலை காதல்
இருதலை காதலாக மாறியது!

காதலால் மனங்கள் இணைந்தது!
காமத்தால் உடலும் இணைந்தது!

கருவும் உருவானது!
கல்லூரியும் முடிவுக்கு வந்தது!

பிரிந்து சென்றோம்!
காதலையும்,
கருவையும்
மறந்து சென்றோம்!

-பொ. சங்கரேஸ்வரி

கல்லூரி காதல் படித்தாலே இனிக்கும் கவிதை

அரும்புமீசை பருவமது பயமறியா வயசுமது!
ஆசைகள் அலைபாயும் அறிவுரைகள் அலர்ஜியாகும்

தாவணிகள் தவித்திடும் தலைவனை தேடித்தேடி.
லட்சியங்கள் ஏதுமின்றி அலட்சியங்கள் தலைதூக்கும்

முதலாமாண்டு கல்லூரி முதற்காதல் துளிர்விடும்!
வகுப்பறை வரமாகும் இடைவேளை இன்பம் தரும்!

கல்லூரி வளாகம் சுற்றுலா போலிருக்கும்!
பிள்ளையார் கோவிலும் காதலுக்கு கைகொடுக்கும்!

உணவுவிடுதி மேசைகளை காதலுக்கு கவியெழுதும்
மரத்தடி நிழலும்கூட காதலுக்கு சாட்சியாகும்!

சுற்றுலா என்றாலே தேகமெங்கும் சிலிர்த்திடும்
இனம்புரியா சந்தோஷங்கள் மேலேவந்து ஒட்டிக்கொள்ளும்

கல்லூரி பேருந்துனாலும் கலகலப்பிற்கு பஞ்சமிராது!
காதலியோடு சேர்ந்து பயணிக்க இதனைவிட
சந்தர்ப்பமேது?

காதலை சொல்லிவிடும் சமயத்திற்காக காத்திருந்து!
பரிதவித்த நாட்கள்கூட எத்தனை சுகமானது!!

கல்லூரி காதலிலே மகிழ்ச்சிகள் பலவிருக்கு!
வீட்டுக்கு தெரியாமல் மறைப்பதில்லே திறமையிருக்கும்!

புத்தகத்தை திறந்தாலே புத்தியெல்லாம் மதிமயங்குது!
உன் முகத்தை பார்க்கையில உள்ளமெல்லாம்
எங்கோபறக்குது

கடற்கரை, தியேட்டரெல்லாம் காதலின் பெற்றோர்களே!
கோவில் குளங்கள்கூட காதலர்களின் உற்றார்களே!

கல்லூரி தினம் கூட மறந்து போகலாம்
காதலர் தினம் மறந்து போகுமா?

தேர்வெழுதும் வேளையிலும் தேவதையின் முகம் தெரியும்!
தேர்ச்சி பெறுவோமாவென யாருக்குத்தான் தெரியும்!!

மூன்றாம் ஆண்டு முடிவினிலே அரியர்கள் அச்சுறுத்தும்!
காதலனோடு கைகோர்க்க கடைசி வேலை கதிகலங்கும்!

ஆண்டுவிழா என்றதுமே திருமணம் போலிருக்கும்!
காதலியோடு கைசேர்த்து நிகழ்ச்சிகள் பார்க்கையிலே!

நிறைவுவிழா வந்ததுமே பதட்டங்கள் மேலோங்கும்!
மணமுடிக்கும் மன்னவனை இனியெப்போது
காண்போமென!

கல்லூரி காதல் ஜெயிப்பது ஒரு வகை சுகம் என்றால்
தோற்பது ஒரு வகை சுகமே

-பா. தீபிகா

பள்ளிப் பருவக் காதல்

பள்ளிக்குச் சென்றேன் நடந்து
தினமும் அவனை கடந்து

அவனை கடக்கும் அந்த நொடி
என் இதயம் எங்கோ பறந்ததடி

கண்ணிலேக் கதைத்தேன்
தோழியிடம் மறைத்தேன்
வகுப்பிலே சிரித்தேன்
கனவிலே மிதந்தேன்

என்னைப் பார்த்துக் கண் அசைத்தான்
அவனைப் பார்த்து புன்னகைத்தேன்

பள்ளிக் காதலைத் தொடர்ந்தேன்
அவனை இரசித்துக்கொண்டே!

!-பெ.சுகந்தி

கல்விச்சோலை

பள்ளி காதல்
இங்கு
நந்தவனம் இல்லை-ஆனால்
தென்றலின் படையெடுப்பு

இங்கு
பூந்தோட்டமில்லை-ஆனால்
பூக்களின் படையெடுப்பு

இங்கு
குற்றாலமில்லை-ஆனால்
அருவிகளின் ஆர்ப்பாட்டம்

இங்கு
அரசியல் மேடைகளில்லை-ஆனால்
அரசியலமைப்பு உண்டு

இங்கு அறிஞர்கள் பிறக்கப்படுவதில்லை_ஆனால்
உருவாக்க படுகிறார்கள்

இங்கு
பல திறமைகள் உண்டு
சாதி மத ஏற்றத்தாழ்வுக்கு
இடமில்லை

இது
நற்சமுதாயத்தை உருவாக்கும்
உற்பத்திக் கூடமே
கல்விச் சோலை!

-சி. பிரவீன் குமார்

நங்கை அவளின் நூதனப் போராட்டம்

நுவலி நுகர்ந்தவள்
நுண்ணுயிரெல்லாம் நிறைந்தவள்

நங்கை அவள்
நளினம் கற்றவள்
நன்னெறியாள்
கண்ணிற்கு இனியாள்
கம்பன் கவியாள்!

சினத்தில் சீதையடி நீ எனக்கு
குணத்தில் இராமனடி நான் உனக்கு
அழகுதேவதையடி நீ எனக்கு
அழகுச்செல்வனடி நான் உனக்கு
உனக்கு நான் எனக்கு நீ
என்று வாழ ஆசையடி எனக்கு
நிறைவேறுமா என் ஆசைக்கணக்கு?

கொஞ்சம் தயக்கம்
அதிக நடுக்கம்
அதையும் தாண்டி,
முற்றுப்புள்ளியில்லாத தொடக்கம்

காலம் கற்றுக்கொடுக்க தவறும் பாடத்தை
காதல் கற்றுக்கொடுக்க தயங்குவதில்லை!

கல்லூரி என்னும் இம்மூன்றாண்டு கால கலைப்பயணம்
இவ்வளவு கடினமானதாக இருக்குமென்று கனவிலும்
எண்ணவில்லை!

உணரவைத்தமைக்கு பாராட்டுகள் என் கவியின் காதலியே!

                              -பா.கவுசிகா (பார்கவி)